விடுதலை வெளிச்சம்

செ. மன்னர்மன்னன்

அறம்
பதிப்பகம்

விடுதலை வெளிச்சம் *(கவிதைகள்)*
செ. மன்னர் மன்னன்
9965322780

முதல் பதிப்பு: ஆகஸ்ட் 2021

வெளியீடு: அறம் பதிப்பகம்,
3/582, முல்லைத் தெரு, கஸ்தூரிபாய் நகர்,
TNHB எதிரில், முள்ளிப்பட்டு கிராமம் & அஞ்சல்,
ஆரணி வட்டம், திருவண்ணாமலை மாவட்டம் – 632316
தொடர்புக்கு: 9150724997
மின்னஞ்சல்: arampublication50@gmail.com

அச்சிட்டோர்: துர்கா பிரிண்டர்ஸ், சென்னை–117
வடிவமைப்பு: ஜீ. முருகன்

பக்கங்கள்: 90
விலை: ரூ. 110

ISBN: 978-93-91480-23-3

Viduthalai Velicham
Author : J. Mannar Mannan
9965322780

First Edition: August, 2021

Published by: Aram Publication
Address: No. 3/582, Mullai street,
Kasthuribai nagar, Mullipattu village & post
Arani Taluk - 632 316
Tiruvannamalai Dt, Tamil nadu

Contact Cell No: 9150724997
e-mail: arampublication50@gmail.com

Printed at: Durga printers, Chennai-117

Pages: 90
Price : INR 110

பதிப்புரை

"**வி**டுதலை வெளிச்சம்" என்னும் கவிஞர் செ. மன்னர் மன்னன் அவர்களின் இப்புத்தகத்தை வெளியிடுவதில் அறம் பதிப்பகம் பெருமை கொள்கின்றது. எழுச்சித்தமிழர் திருமா வின் பிறந்தநாள் *17 ஆகஸ்ட் 1962 (59 அகவை).* இந்த நன்நாளில் அவரைக் குறித்துப் புத்தகம் கொண்டுவரவேண்டும் என நான் நினைத்துக்கொண்டிருந்த நேரத்தில் சான்றோர் தளத்தின் நிறுவனர் அமிர்தம். பீட்டர்ராசன் அவர்கள் வழியாக மன்னர்மன்னனின் கவிதைப் புத்தகம் அறம் பதிப்பகத்துக்கு வந்து சேர்ந்தது.

இந்தப் புத்தகத்தில் உள்ள சிறந்தக் கவிதைகளைத் தேர்ந் தெடுக்க வாசகர்கள் மிக சிரமப் படுவார்கள். காரணம் எல்லாமே சிறப்பானக் கவிதைகள். படிப்பவரின் நெஞ்சைத் துளைத்து நினைவில் தங்கும் ஆற்றல் உள்ளவை.

வார்த்தை ஜாலமின்றி, அனுபவ ஞானத்தைக் கொண்டு சிறப்பானக் கவிதைகளைத் தந்திருக்கின்றார் மன்னர் மன்னன். அவருக்கு நன்றி. இந்தப் புத்தகத்தை குறித்து மற்றவர்களும் அறிந்து கொள்ள, திருமாவின் தம்பிகள் வாங்கி அனை வருக்கும் பரிசாக அளிக்க வேண்டும்; படிக்கவும் பரிந்துரை செய்யவேண்டும் என்பதே எனது அவா.

குறுகிய காலத்திலேயே தோழர் ஜீ. முருகன் அவர்கள் இந்தப் புத்தகத்தை சிறப்புற வடிவமைத்து தந்தார். அவருக்கு நன்றி. அச்சிட்டுத் தந்த துர்கா பிரிண்டர்ஸ்க்கும் நெஞ்சார்ந்த நன்றி. இந்த வாய்ப்பை தந்துகொண்டிருக்கும் அருட்பேராற்ற லுக்கும், பிரபஞ்சத்துக்கும் நன்றி. நன்றி. நன்றி.

அறம் பதிப்பகத்துக்காக,
மா. அமரேசன்

ஆரணி,
14.08.2021

ஆசிரியர் குறிப்பு

செ. மன்னர்மன்னன் அவர்கள் மயிலாடுதுறை மாவட்டம், கவிச்சக்கரவர்த்தி கம்பர் பிறந்த தேரழுந்தூரில் பிறந்தவர். ஆசிரியராக பணிபுரிந்துவரும் இவர் கவிதைகள், கட்டுரைகள், சிறுவர் பாடல்கள் மற்றும் சிறுகதைகள் எழுதி வருகிறார். மேலும், இவர் தமிழில் வேர்ச்சொல் ஆய்வுகளை மேற்கொண்டு வருகிறார் என்பது குறிப்பிடத்தக்கது. பெரியாரியம் மற்றும் அம்பேத்கரியம் ஆகியவற்றை இரு கண்களாக கொண்ட மன்னர் மன்னன் அவர்கள் தனித்தமிழ் மீதும் தமிழ்த்தேசியத்தின் மீதும் அளப்பறிய பற்றுக்கொண்டவர்.

'மொழிஞாயிறு' தேவநேயப் பாவாணர் அவர்கள் தொடங்கி தலைவராக இருந்து செயற்பட்ட 'உலகத் தமிழ்க் கழகத்தின்' தலைமை நிலையச் செயலாளர், 'குயில்தோப்பு அறிவியக்கத்தின்' ஒருங்கிணைப்பாளர் மற்றும் 'சான்றோர்த்தளத்தின்' ஒருங்கிணைப்பாளர் என பல பொறுப்புகளை ஏற்றுள்ள மன்னர்மன்னன் அவர்கள் இலக்கிய அமைப்புகள், கல்லூரிகள், பள்ளிகள் மற்றும் இணையவழி கருத்தரங்குகளில் சொற்பொழிவாற்றி வருகிறார். மேலும், கல்லூரிகள், பள்ளிகளில் நடைபெறும் பட்டிமன்றம், கவியரங்களில் நடுவராகவும் தலைவராகவும் கலந்துகொண்டு சிறப்பித்துவருகிறார்.

கங்காதாரபுரம் அருட்பிரகாச வள்ளலார் மனிதவள மேம்பாட்டு அறக்கட்டளை வழங்கிய 'தனித்தமிழ்த் தென்றல்' விருது, தமிழ்நாடு தமிழ்ச்சங்கம் வழங்கிய 'சுரதா' விருது, குடந்தை ஐந்திணை தமிழ் வளர்ச்சிக் கழகம், உலகத்தமிழ்க் கழகம்– வழங்கிய 'தமிழ்ச்செம்மல்' விருது மற்றும் மணலூர்பேட்டைதமிழ்ச்சங்கம்–திருவண்ணாமலைவழங்கிய 'பைந்தமிழ்ச்செம்மல்' விருது ஆகியவற்றை பெற்றுள்ளார் என்பது இலக்கிய உலகம் இருவருக்கு தந்துள்ள அங்கீகாரமாகும்.

மன்னர்மன்னன் இலக்கியராக மட்டுமின்றி நண்பர்களுடன் இணைந்து ஆவணப்படங்கள், குறும்படங்கள் எடுக்கும் கலைஞராகவும் உள்ளார் என்பது கூடுதல் சிறப்பாகும். மேலும் இயற்கை வளங்கள் பாதுகாப்பு, சூழலியல் பாதுகாப்பு இயக்கங்களில் உறுப்பினராவார். தான் பொறுப்பு வகிக்கும் அமைப்புகள் நடத்தும் விழாக்களில் மாணாக்கர்களுக்கு மரக்கன்றுகளையும் திருக்குறள் நூல்களையும் பரிசாக வழங் குவதை வழக்கமாக கொண்டவர். மன்னர் மன்னன் இலக்கியர் ,கலைஞர், சூழலியல் ஆர்வலர், ஆசிரியர் என்ற பல பரிமாணங்கள் கொண்ட ஆளுமை என்றால் மிகையாகாது.

கவிதை வடிவில் ஒரு மெந்தாலாட்டு...

முனைவர். விஜய் அசோகன்,
அறிவியல் ஆராய்ச்சியாளர்,
சால்மர்ஸ் பல்கலைக்கழகம், சுவீடன்.

அருமை மிகு தோழர் மன்னர் மன்னன் அவர்களின் ‘விடுதலை வெளிச்சம்’ கவிதை நூல், விடுதலை நெருப்பில் இருந்து கிளர்ந்தெழுந்த ‘எழுச்சித் தமிழர்’ முனைவர் திருமாவளவன் அவர்களின் நெஞ்சுரத்தினை, போராட்ட வாழ்வினை, அறத் தினை, சீற்றத்தினை, போர் முழக்கங்களை, கனிவின் உச்சத் தினை, அன்பின் உயர்வினை எல்லாம் குறுகத் தறித்தக் குறள் போல, செதுக்கிச் செதுக்கி எழுதப்பட்டுள்ளது எனலாம்.

என் மனதினை ஈர்த்த பல வரிகளில் சிவற்றைத் தொட்டுச் சொல்வது மிக அவசியமென கருதுகிறேன். அதில்,

“நிலமெல்லாம் புதைந்திருக்கும்
சாதி கண்ணிவெடிகளை
மிதிக்காமல் நடக்கிறாய்”

என்பது விடுதலைச் சிறுத்தைகளின் பயணத்தில் தலைவனாக தலைவர் எழுச்சித் தமிழர் எத்தகைய பாரத்தினை சுமந்து நடக்கிறார் என்பதனை அழுத்தமாக பதிவு செய்வதாய் உள்ளது.

அதேப்போன்று,

“திருவாசகம்
எங்களை இணைக்கவில்லை,
திருமாவின் வாசகமே
இணைக்கிறது”

என்னும் வரிகள் தலைவனை நேசிக்கும், ஆராதிக்கும் தொண் டனின் உணர்வினை பிரதிபலிப்பதுப் போன்று

உள்ளது. இவ்வரிகள் வெறும் பாராட்டுக்காக எழுதப்படவில்லை என்பதை, 2019இல் திருச்சியில் கூட்டிய பல்லாயிரக்கணக்கான மக்கள் போராட்டத்தில் தலைவர் திருமா அவர்களின் வார்த்தைக்கு கட்டுப்பட்ட சிறுத்தைகளின் பண்பைப் பார்த்தவர்களால் ஒப்பிட்டுத் தெரிந்துக்கொள்ள முடியும்.

தலைவர் திருமா அவர்களின் அரசியலை இரு வரிகளில் சொல்ல முனைந்த தோழர் மன்னர் மன்னன்,

"முன்பெல்லாம்
நாயே என விளித்தவன்
சிறுத்தையே' என்றழைக்கிறான்,
எல்லாமும் உன்னால் தானே!

என்கிறார். இதனை, வீதியில் நடக்க முடியாதவர்கள் வீதிக்குள் இறங்கி நடக்க, திண்ணையில் கூட அமர வைக்காமல் நிற்க வைக்கப்பட்ட மனிதர்கள் வீட்டினுள் நுழைய, தோளில் துண்டு போடக்கூட மறுக்கப்பட்டவர்கள் சட்டைப்போட்டு நடக்க, போராடிய திராவிட இயக்கத்தின் போராட்டங்களில், தந்தைப் பெரியாரின் வடிவத்தினை தலைவர் திருமா அவர்களின் செயலில் தொடர்வதை உணர முடிகிறது,

"இந்துத்துவத்தை
வேரறுக்கும்
கூர்வாள் நீ!

சனாதனத்திற்கு
சவுக்கடி கொடுக்கும்
பெரிய கறுப்பு நீ!

ஆதிக்கக் கோட்டைகளை
அடித்து நொறுக்கும்
இடியென இறங்குகிறாய் நீ!"

மேலே இருக்கும் வரிகள், சமீப காலத்தில் அண்ணன் தலைவர் திருமா அவர்கள் சாட்டை எடுத்துச் சுழற்றிய

அரசியலை கண்முன் காட்டுகிறது எனலாம்.

இப்படி, வரிக்கு வரி, எழுத்துக்கு எழுத்து, மாபெரும் வெடிகளை அழகுத் தமிழில் எளிமையாய் கவிதை வடித்திருக்கிறார் தோழர் மன்னர்மன்னன்.

அண்ணன் தலைவர் திருமா அவர்களின் செயல்பாட்டினைக் கண்டு வியந்த மாபெரும் தலைவர்களின் குரலைக் கேட்டிருப்போம், அண்ணன் தலைவர் திருமாவின் மேடைகளில் ஒலித்த கலைஞர்கள், ஊடகவியலாளர்கள், பல்துறை வல்லுநர்களின் வாழ்த்துக்களைக் கேட்டிருப்போம், கவிதை வடித்த உணர்ச்சிக் கவிஞர் காசி ஆனந்தன், தமிழ்ப் பாவலர் அறிவுமதி போன்ற பெருங்கவிகளின் எழுத்துக்களை ரசித்திருப்போம், அவ்வகையில் 'விடுதலை வெளிச்சம்' கவிதை நூல் அண்ணன் தலைவர் திருமாவிற்கு சூட்டப்படும் இன்னொரு மணி மகுடம், பொன்னெழுத்துக் களால் வார்த்தெடுத்து அவருக்கு அணிவிக்கும் வாகை மலர் மாலை, பெருங்கனவோடும் நெடும்போரோடும் பயணிக்கும் வெள்ளைச் சிரிப்பு வேந்தனுக்கு கவிதைகளின் வடிவினில் வரும் மெந்தாலாட்டு எனலாம். ●

சிறுத்தைகளின் தலைவனுக்குச் செந்தமிழால் பட்டாடை!

கவிச்சுடர் கவிதைப்பித்தன், மு.ச.ம.உ,
தி.மு.கழக மாநில தலைமைக்கழக இலக்கிய அணி துணைத் தலைவர்.

பத்தோடு பதினொன் றாகப்
பகட்டாமல், வைக றைக்கு
வித்தாகும் சொற்கள் பாய்ச்சி
"விடுதலை வெளிச்சம்" நல்கும்
குத்தாலம் மன்னர் மன்னன்,
குலமகன் "திருமா" வுக்கு
முத்தாரம் சூட்டும் நூலின்
முழுவதும் அனலின் வீச்சு!

தாழ்வினை அகற்ற வந்த
தலைவன்நீ! ஒடுக்கப் பட்டோர்
வாழ்வினை உயர்த்த வந்த
வளவன்நீ! உனது "பானை"
"கீழடிப் பானை" என்றும்
கிளம்பும்நம் தொன்மை என்றும்
ஊழி!நீ ஆழி! என்றும்
உவக்கின்றார் "திருமா" பற்றி!
நந்தனின் இனத்தில் வந்த
நந்தாவி ளக்கே! என்றும்
விந்தைகொள் வெடிம ருந்தில்
விழுந்த தீப் பொறியே! என்றும்
கந்தக நெடிம ணக்கும்
கருத்(து)எரி மலையே! என்றும்
மந்திர உளியே! என்றும்
மனம்பொங்கிப் பூரிக் கின்றார்!

வீதிக்குள் உலாந டத்தும்
"விரிகதிர்" "அறிவன்" என்றும்
நீதிக்கே நிமிர்ந்து நிற்க
நினைவூட்டும் நெருப்பே! என்றும்
சாதிக்குத் தலைவன் அல்ல!
சாதிக்கும் தலைவன்! என்றும்
சோதிக்குள் "நீல வண்ணச்"
சுடர்தந்தார் மன்னர் மன்னன்!

வார்த்தைகள் கனல்துண் டங்கள்!
"வரலாற்றுப் பிழைகள்" நீக்கி
ஆர்த்திடும் வீர னுக்கே
அணிவித்த மகுடம்! அன்பைக்
கோர்த்திவர், "விடிய லுக்குக்
கூவிடும் சேவ லுக்குப்"
போர்த்திய தமிழ்ப்பட் டாடை!
புலிநடை வரிக ளெங்கும்!

அறமேபோர்க் கருவி என்றும்
"அமைப்பாகத் திரள்வோம்" என்றும்
திறம்மேவிச் சரிதம் தீட்டும்
"திருமா"வின் தகைமை போற்றி
நிறம்மாறி டாத நெஞ்சால்
நிலைத்தகா வியம்ப டைத்தார்!
மறம்ஓங்கும் தமிழர் " மன்னர்
மன்னன்" நீ டூழி வாழ்க!

●

வெளிச்சத்தை காணும் முன்...

நம் நாவலம் தேயத்து வரலாற்றில் அறிவுத்தளத்திலும் அரசியல் தளத்திலும் பேரொளியை பாய்ச்சிய முதல் பேரறிஞர் கௌதமபுத்தர் ஆவார். புத்தர் தொடங்கி ஐயன் திருவள்ளுவர், அண்ணல்அம்பேத்கர், ஐயா பெரியார் என்ற சிந்தனை யாளர்கள் தொடரியில் இன்று நம்மோடு வாழும் சித்தார்த்தன் 'எழுச்சித் தமிழர்' முனைவர் தொல்.திருமாவளவன் அவர்கள் மிகவும் முகாமையானவர் ஆவார்.

1990– களில் இருந்தே எழுச்சித் தமிழரின் அரசியலை அறியத் தொடங்கியிருந்தாலும் 2000 ஆண்டில்தான் அவரின் கந்தக முழக்கங்களையும் கருத்துக் கனல் வீசும் உரை வீச்சையும் கேட்கும் வாய்ப்பினை பெற்றேன். அவை தமிழில் எடுத்த சொற்கள் அல்ல தழலில் எடுத்த சொற்கள். வெற்றுச் சொற்கள் அல்ல வெடித்துச்சிதறும் எரிமலை போன்ற விடுதலை முழக்கம். எழுச்சித் தமிழரின் உரைகளை செயற்பாடுகளை தொடர்ந்து நுணுக்கமாய் உள்வாங்கி வருபவன் நான். மொழி, இனம், நாடு, தமிழீழம், தமிழ்த்தேசியம், சாதி ஒழிப்பு பற்றியெல்லாம் என்தந்தை 'பாவேந்தர் தமிழியக்கப் பாவலர்' ஆ.பா.தமிழன்பன் அவர்கள் எனக்கு கற்பித்தவற்றை நானே தேடி கற்றவற்றை எழுச்சித்தமிழர் அவர்கள் அரசியல் களத்தில் செயல் திட்டமாக செய்துகாட்டியதுதான் அவர்மீது எனக்கு பெருமதிப்பு எழக்காரணமாகும். அவ்வுணர்வே எழுச்சிதமிழர் பற்றி எழுதிய இந்நூலுக்கு அடிப்படையாகும்.

எழுச்சித்தமிழர் பிறந்தநாள் அன்று என் முகநூல் பக்கத்தில் நான் எழுதிய 'திருமா எனுமோர் தமிழர் திசைக்காட்டி' என்ற கவிதையை 'எழுச்சித்தமிழர்' என்ற நூலில் தொகுப்பாசிரியர்

தோழர் லயாலோ மணி சேர்த்திருந்தார்கள். அந்நூல் செப் டம்பர் 17, 2019 அன்று அம்பேத்கர் திடலில் வெளி யிடப்பட்டது. வெளியீட்டு விழாவில் மூத்த ஊடக வியலாளர் திரு.அய்யநாதன் அவர்களின் வாழ்த்துரையில் எழுச்சித் தமிழரைப்பற்றி இது போன்ற கவிதை நூல்கள் கட்டுரை நூல்கள் அதிக அளவில் வரவேண்டும் அதன் வழியாகத்தான் அவரின் அமைப்பாக்கும் முயற்சிகளை எதிர்ப்பவரையும் சனநாயகப்படுத்தும் முதிர்ச்சியை தமிழ்கூறு நல்லுலகம் அறியவாய்ப்பாய் அமையும். அவர் தலித்துகளுக்கு மட்டுமான தலைவரல்ல தமிழர்கள் அனைவருக்கும் தலைவர் என்பதை மெய்பிக்கும் பொறுப்பு அனைவருக்கும் உள்ளது என்றார். அந்த உந்துதலே ஒரே வாரத்தில் 'விடுதலைவெளிச்சம்' என்ற இந்நூல் எழுதி முடிக்க காரணமாகும்.

2020 ஆகத்து 17 இல் இந்நூலை வெளியிட முடியத நிலை கொரோனா தீநுண்ணியால் வந்தது. நண்பர்கள் கவிஞர். சுகபாலா, கவிஞர் விஜயபாரதி பெரு முயற்சியில் நூல் வடிவம்பெற்றது. சான்றோர்த்தளம் நிறுவுநர் அமிர்தம் பீட்டர்ராசன் வழிகாட்டலில் பதிப்புத்துறையில் சிறப்பாக செயலாற்றும் அறம் பதிப்பத்தின் வெளியீடாக அழகிய வடிவமைப்பில் மிகக் குறுகிய காலத்தில் சிறப்பாக இந்நூல் வருவதில் மிக்க மகிழ்ச்சியடைகிறேன்.

இந்நூலுக்கு சிறப்பான ஓர் அணிந்துரை வழங்கி சிறப்பித்த சுவீடன் சால்மர்சு பல்கலைக்கழக ஆராய்ச்சியாளர் முனைவர் விஜய்அசோகன் அவர்களுக்கு என் அன்பின் நன்றி. புகழ் பெற்ற கவிஞரும் தி.மு.கழத்தின் மாநில இலக்கிய அணி பொறுப்பாளர் 'கவிச்சுடர்' கவிதைப்பித்தன் அவர்கள் அழகான வாழ்த்துப்பா உரை வழங்கி சிறப்பித்துள்ளார்கள் அவர்களுக்கும் நெஞ்சம் நிறைந்த நன்றி.

என் இலக்கிய முயற்சிகளுக்கு தொடர்ந்து ஊக்கப்படுத்தி வழிகாட்டிவரும் என் பெற்றோர் திரு.ஆ.பா.தமிழன்பன் திருமதி. செல்வராணி இருவருக்கும் நெஞ்சார்ந்த நன்றி. இல்ல பணிகளைத் தான் சுமந்து என் இலக்கிய பணிக்கு

துணை நல்கும் என் துணைவியார் திருமதி. சுமதி மன்னர் மன்னன் என் செல்வன்கள் ம.சு. பிரபாகரன், ம. சு ஆதவன் உள்ளிட்ட குடும்பத்தினர்கள் அனைவருக்கும் நெஞ்சம் நிறை நன்றி.

விடுதலை வெளிச்சம் நூலாக்கத்திற்கு துணை நின்ற மண்டலச் செயலாளர் வழக்கறிஞர் வேலு. குணவேந்தன் மற்றும் என் அருமை நண்பர்கள் அனைவருக்கும் நெஞ்சம் நெகிழ் நன்றி.

மாறா அன்புடன்

செ. மன்னர்மன்னன்.

எண் 6, பிரபாகரன் இல்லம்,
பாவாணர் தெரு,
இராசி நகர்,
குத்தாலம் – 609801
மயிலாடுதுறை மாவட்டம்.
பேசி: 99653222780
12.08.2021

படையல்...

பேரறிவின்
பெருவெளிச்சம்
கௌதமபுத்தருக்கு...

ஆயிரமாண்டு
அருந்தவ
வெளிச்சம் !

நெருப்பை நெய்யும்
உரைகளின்
ஊற்று.!

அடங்க மறுக்கும்
அடர்தமிழ்
நெருப்பு !

தமிழன் நிலத்தை
ஒளிசெய்த
கறுப்பு. !

திருப்பி அடிக்கும்
திருக்குறள்
திசைச்சொல்.!
❖

அரிமா பெருநடை
அரசியல் பயண
திருமா தன்நடை.!

இந்துத்துவத்தை
துவைத்தெடுக்கும்
பெரியாரின் கைத்தடி. !

நாற்காலிகளை
நலிந்தோர்க்கு நல்கிய
நாயகன். !

சொற்களால்
கருவி செய்யும்
சுடரோன்.!

விடியலை
விதைக்கும்
வினைச்சொல்.!
❖

அடக்க முடியா
ஆற்றலின்
ஆழி !

ஒடுக்க முடியா
உரிமையின்
ஊழி !

தடைகளை உடைக்கும்
தன்மான
பேரிடி. !

நலிந்தோரை
தூக்கிச் சுமக்கும்
தாய்மடி. !

உன் கொடி
பல குடிகளைக் காக்கும்
தொப்புட்க்கொடி !
❖

காட்டாற்றுக்கு
கரை கட்டிய
கரிகால்வளவன்.!

மடமை விரட்டி
மானம் தந்த
மாந்தக்கதிரவன்.!

நம்பிக்கை நல்கும்
தமிழரின்
நந்தாவிளக்கு !

சாக்கியசிம்மனின்
சந்ததி
சாட்சி. !

மலையை செதுக்கி
மாளிகை செய்யும்
மந்திர உளி !

எதிர்ப்போர் பலத்தை
ஈர்த்துவிடுகிற
இந்நாள் வாலி.!
❖

குடிசைகள்
விடிய
கூவிடும் சேவல்.!

நலிந்த மக்கட்கு
விடியலைக் காட்டும்
நம்பிக்கைமுனை !

திசைகளைக் திறக்கும்
திறன்மிகு
திறவுகோல். !

புறந்தள்ள முடியா
அரசியல்
பேராழி!

அரசியல் அலைகளில்
திசைமாறா
அறிவின் பாய்மரம்.!

உலகத்தமிழர்க்கு
உற்ற நிழல்தரும்
ஒற்றைப் பனைமரம்.!
❖

சூறாவளிகள்
சாய்க்கமுடியாத
அறிவின் நாவாய். !

தகர்க்க முடியா
தண்டமிழ்த்
தாய்மலை !

சாய்க்க முடியா
அரசியல்
பெருமலை.!

வலியைச் சொல்லாக்கி
சொல்லை வாளாக்கும்
வாளறிவன் !

அரசியல் நரிகளின்
வால் அறுத்துவிட்ட
அறத்தின் கூர்வாள் !
❖

எங்கள் தலைவிதியை
மாற்றிய
நீயூட்டனின் மூன்றாம் விதி !

நிமிர்ந்து நிற்க
கற்பித்த
நெருப்பு. !

மண்டிக் கிடக்கும்
பண்புப்
புதையல். !

வைரத்தை
பட்டை தீட்டும்
போரான்கார்பைடு !

வினாக்குறிகளை
வியப்புக் குறிகளாக்கிய
விடுதலைக்குறி !

பகைவர்களும்
பாராட்டும்
பண்பின் தேக்கம். !

சோர்ந்து வீழ்ந்தவரை
தாங்கி நிற்கும்
சுமைதாங்கி. !
❖

நீ
சேரியை
சீர்திருத்துகிறாய் !
அவர்கள்
சேரிக்கு
தீவைக்கிறார்கள்.!

நீ
கற்பிக்கிறாய்
இளைஞர்களுக்கு,
அவர்கள்
கற்றுத்தருகிறார்கள்
வீடுகளை
அடித்து நொறுக்க.!

நீ
தேர்தல் பாதையை
தெரிவு செய்கிறாய் !
அவர்கள்
திருடர்கள் பாதையை
தேடிச்செல்கிறார்கள். !

நீ
கதிரவனாய்
எழுகிறாய் !
அவர்கள்
கொள்ளிக்கட்டைகளாய்
வருகிறார்கள்.!
❖

கனன்றுகொண்டேயிருக்கும்
கருத்து
எரிமலை. !
சிந்தனை அலைகள்
செழித்த
செந்தமிழ்ப்பேராழி !
இம்மாநிலம் பயனுற
மாதவம் செய்யும்
மாத்தமிழ் அறிவன் !
உன்
ஒவ்வொரு சொல்லிலும்
அறிவின் வெளிச்சம் !
உன்
வியர்வையின் விளைச்சல்
எங்கள் வெற்றிகள். !
❖

நீ
எளியோர்க்கு மட்டுமல்ல,
எல்லோர்க்கும்
நன்னம்பிக்கைமுனை. !

கலங்கமில்லா
கலங்கரைவிளக்கம் போல்
கரைசேர்க்கிறது
எல்லோரையும்
உன் வெளிச்சம் !
❖

விழிக்கும் திசையெல்லாம்
விடியலைச் செய்யும்
விரிகதிர் நீ!

உன்னை
சிமிழ்விளக்கு என்கிறார்கள்
சிந்தனைக் குருடர்கள். !

❖

ஆழி போல்
அமைதிகாக்கிறாய்
நீ !
குட்டை நீர்
என அவர்கள்
குதர்க்கம் பேசுகிறார்கள் !

அவர்கள்
கத்தியோடு வருகிறார்கள் !
நீயோ
புத்தியோடு வருகிறாய். !

அவர்கள்
ஆணவமாய் அலப்புகிறார்கள் !
நீயோ
அறம்பாடிவிட்டு அமைதிகாக்கிறாய் !
❖

நீ
அரசியல்
பேரலை புரட்டினாலும்
தரைதட்ட முடியாத
அறத்தின் நங்கூரம்
ஆழப்பாய்ச்சிய
அருந்தமிழ் நாவாய் !
❖

எதிரிகள் அஞ்ச
இமயமாய்
எழுந்து நிற்கிறாய் நீ !
அறத்தை வாளாக்கி
களத்தில் நிற்கும்
பெருமாவீரன் நீ !
அறம் பிழிந்து
மறம் கலந்து
சாதிநோய்க்கு
மருந்து தருகிறாய். !
பெருமழை போல்
உன் பேச்சு
இதயத்தை நனைக்கிறது
எல்லோரையும் இணைக்கிறது !
அறியாமை இருள்
மண்டிக்கிடந்த சேரிகளில்
உன்
அறிவுவெளிச்சம்
பாய்கிறது.!
❖

யாருக்கு
என்னமொழி
தெரியுமென்று
எப்போதும் தெரிந்திருக்கும்
பெரும்புலவன் நீ!
❖

விழிதிறந்து
காத்துக்கொண்டிருக்கிறது
அறிவுலகம்
உன் வெற்றிக்காய் !
❖

உடைத்துவிட நினைத்தார்கள்
உன் வெற்றிப்பானையை;
உடையாது அது
உறுதியின் பானை;
வெல்லும்
சிறுத்தைகள் சேனை!
❖

கீழடி பானையைப் போல்
உன் பானையிலும்
இருக்கிறது
கோடிக் கணக்கானோர்
தலைஎழுத்துக்கள். !
❖

காலங்காலமாய்
அப்பன் பெயர்ச்சொலி
அழைத்தவர்கள்
இப்போது
அஞ்சி அழைக்கிறார்கள்
சிறுத்தை என்று !
உன்னால் நிகழ்ந்த
தலைகீழ் மாற்றமல்லவா ?
❖

அன்று
கோயிலுக்குள்
வரக்கூடாது என்று
சுவர் எழுப்பியவர்கள்
இன்று
பூரணகும்ப மரியாதையோடு
அழைக்கிறார்கள்
கோயிலுக்குள்
உன்னை. !
❖

நந்தனை
எரித்தவர்கள்
இன்று
உந்தன்
கைப்பற்றுகிறார்கள். !

நந்தன் வரலாற்றை
நேர்செய்த
எங்கள்
நந்தாவிளக்கு
நீ !
❖

சுவரில்
உன் படம்கண்டால்
சுவரில்லாசித்திரங்கள்
அழுகின்றன !
உன் பெயரெழுதிய
சுவர்களுக்கும்
மீசை முளைக்கிறது
அஞ்சி நடுங்குகிறார்கள்
சாதிதாசர்கள் !
❖

சுவரெழுத்தில்
உன் பெயரின்
எழுத்துக்களை
எழுத்துக்கூட்டியே
படித்து படித்து
படிக்கக் கற்றுக்கொண்டார்கள்
பாமரச்சிறுவர்கள்.!

சுவரெழுத்தில் உள்ள
உன் பெயர்கூட
வகுப்பெடுக்கிறது!

❖

அவர்கள்
சாதிக்கு தலைவனாக
இருக்கிறார்கள்.
நீ தான்
சாதிக்கும் தலைவனாக
இருக்கிறாய். !

அவர்கள்
ஊரையும், சேரியையும்
பிரிக்க
சுவர் கட்டுகிறார்கள்.
நீ தான்
ஊரையும், சேரியையும்
இணைக்க
பாலம் கட்டுகிறாய். !

நீ
சாதி ஒழிப்புக்கு
அரசியல் அணிதிரட்டுகிறாய்
அவர்கள்
சாதி வளர்ப்புக்கு
சாதி சங்கங்களை
அணிதிரட்டுகிறார்கள்.!
❖

உன் பெயரைச்
சொன்னால் போதும்
எங்கிருந்துதான் வருகிறதோ
வீரம் !
இளைஞர்களுக்கு;
உன் பெயரைக்
கேட்டால் போதும்
எப்படி வருகிறதுதெரியுமா
கோபம்
எதிரிகளுக்கு ?
❖

எல்லோரும்
பேருக்கு தமிழ்தமிழ்
என்கிறார்கள்
நீ மட்டும்தான்
இலட்சக்கணக்கானோர்
பெயர்களை தமிழாக்கினாய் !

உன் வருகையால் தான்
உறுப்பினர் பெயரிலிருந்து
ஊர்திப்பெயர்கள் வரை
தமிழாய் மாறியது !
❖

கைகலப்பை தவிர்த்து
கருத்துக்கலப்பை
எதிர்நோக்கும்
வீரம் உன்னுடையது !

❖

எரிந்த வீடுகளில்
நின்று கொண்டும்
எரித்தவனை
எரிக்கச் சொன்னதில்லை
நீ !

பல நேரங்களில்
கலவரக்காரர்களை
உன் நிதானம்தான்
காப்பாற்றுகிறது. !

❖

அடங்க மறு
என்கிறாய் !
அடித்துக்கொள்கிறார்கள்
வன்முறை
வன்முறை என்று.
காலம் காலமாய்
அடித்துக்கொன்றவர்கள். !

அத்து மீறு
என்கிறாய் !
அரற்றுகிறார்கள்
அமைதி கெட்டதாய்
காலங்காலமாய்
அத்துமீறியே
கொன்றழித்தவர்கள்.!

திமிறி எழு
என்கிறாய் !
பதறி அழுகிறார்கள்
காலங்காலமாய்
அடக்கியே ஆண்டவர்கள் !

வரலாற்றில்
முதன் முறையாக
கேட்கிறது
அணுகுண்டின் வெடிப்பாய்
ஒருமுழக்கம்
“திருப்பிஅடி”
திசையெங்கும்
தீ பிடித்தது தமிழ்நாட்டில் !
❖

உனக்கு முன்
ஓடத்தொடங்கியவர்கள்
பின்னோக்கி ஓடுகிறார்கள் !
சிலர்
களத்தைவிட்டே
ஓடிவிட்டார்கள் !
நீ மட்டுந்தான்
வெற்றிஇலக்கின் அருகில்
ஓடிக்கொண்டிருக்கிறாய் !
❖

அட்டைக்கத்திகள்
அரியணைக்கு
அடித்துக்கொள்கிறது
சந்திரகாசமோ
சத்தமின்றி
சுழல்கிறது. !
❖

எல்லோரும்
அடையாள அரசியல்
செய்தபோது
நீ மட்டுந்தான்
அரசாளும் அரசியலை
முன்வைத்தாய். !
உன் வெற்றிகளை
தோல்விகளாய்
மொழிபெயர்த்த
அதிகாரத்தை எதிர்த்து
அறம்பாடியே
உன் வெற்றியை
விடுவித்தாய்.!

❖

நந்தனை எரித்த
நெருப்பின் மிச்சத்தை
சமத்துவ சனநாயக
பொங்கல் வைக்க
நீ அடுப்பில் வைக்கிறாய்!
நந்தன்
வந்த பாதையை
அடைத்தவர்கள்
உந்தன்
வருகைக்காய்
காத்து நிற்கிறார்கள்
அதே கோபுரவாசலில். !
❖

எரிந்த இடத்தில் இருந்து
எல்லோரும்
சாம்பலைத்தான் எடுப்பார்கள்
நீ மட்டும்தான்
ஃபீனிக்ஸ் பறவைகளை
எழுப்புகிறாய். !

நெருப்பிட்டுப் பொசுக்கினாலும்
குருத்துவிடும்
கரும்பு இனமல்லவா நீ !
❖

தொடவே மறுத்தவன்
கட்டித்தழுவி
கைகுலுக்குகிறான்
உன்னை.!
எல்லா நூல்களையும்
படித்திருக்கிறாய் நீ
அதனால் தான்
பல பூணூலுக்கே
உன்னைப் பிடித்திருக்கிறது. !
❖

எதிர்படும்
பொருளில் எல்லாம்
பற்றிப்படரும்
பெருநெருப்பைப் போல்
பற்றிப்படர்கிறது
உன் பேச்சு
எதிரிகளையும். !

❖

எதிரியை
அச்சமூட்டும் பொறுமை
உன்னுடையது.!

❖

தொடவே மறுத்தவன்
கட்டித்தழுவி
கைகுலுக்குகிறான்
உன்னை.!
எல்லா நூல்களையும்
படித்திருக்கிறாய் நீ
அதனால் தான்
பல பூணூலுக்கே
உன்னைப் பிடித்திருக்கிறது. !
❖

எதிர்படும்
பொருளில் எல்லாம்
பற்றிப்படரும்
பெருநெருப்பைப் போல்
பற்றிப்படர்கிறது
உன் பேச்சு
எதிரிகளையும். !

❖

எதிரியை
அச்சமூட்டும் பொறுமை
உன்னுடையது.!

❖

உன் விழிநோக்கும்
திசையெல்லாம்
கிழக்காகிறது. !

❖

நீ
வாய்திறக்கும் போதெல்லாம்
திசைகளுக்கு
செவிமுளைக்கிறது !
தசைகளுக்கு
உயிர் பிறக்கிறது. !

❖

கண்ணுக்குத்தெரியாத
கண்ணாடிச்சுவர்களை
கருத்து உளிகளால்
உடைக்கிறாய். !
நிலமெல்லாம்
புதைந்திருக்கும்
சாதிக் கண்ணிவெடிகளை
மிதிக்காமல் நடக்கிறாய் !
சாதிப்பாறைகளை
பிளந்து துளிர்க்கும்
பனைவிதை நீ !

❖

வெறுப்பை உமிழும்
மனிதர்கள் முன்னே
நீ
அன்பை விதைக்கிறாய் !
எதிரிகள் துளைத்தாலும்
அதையும் நீ
புல்லாங்குழலாக்கி
சமத்துவ
இசை மீட்டுகிறாய். !

ஏழைகள்
இசைபட வாழ
நீ
ஏச்சுப்பட்டும்
உழைக்கிறாய் !

உன்னைத் திட்டுபவனும்
முன்னேற
திட்டம் தீட்டுகிறாய். !
❖

நீ குரலெழுப்புகிறாய்
எரிந்த வீடுகளுக்கல்ல
எரித்தவனின் கல்விக்கு !
அவர்கள் உடைக்கிறார்கள்
சிலைகளை
நீ படைக்கிறாய்– புதிய
தலைமுறையை. !
எல்லோரும்
ஊன்றுகோல் தந்தபோது
நீ தான்
முதுகெலும்பு தந்தாய்.!
உன்னை
அழிக்க நினைப்பவர்களும்
படிக்கிறார்கள்
அமைப்பாய்திரள்வோம் !
❖

சாதிதாசர்களும்
சனாதன நேசர்களும்
சாமரம் வீசுகிறார்கள்
ஆணவக்கொலைகளுக்கு
நீ தான்
ஆண்மையோடு போராடுகிறாய்
சாதிக்கு எதிராய். !
❖

உன் பேச்சை கேட்காத
சட்டமன்றத்தில்
சிரிப்பொலிகள் கேட்கிறது !

உன் பேச்சை கேட்டதால்
நாடாளுமன்றத்தில்
தீப்பொறிகள் பறக்கிறது. !

❖

நீ இல்லாத இடத்திலும்
இருக்கை தருகிறாய்
சட்டைப்பையில்
உன் படம். !

❖

சனாதனத்திடம்
சன்மானம் பெறுகிறார்கள்
சண்டியர்கள்
நீ தான்
தருகிறாய்
சாட்டையடி. !
❖

சனாதன
சிங்கத்தின்
பிடரியை பிடித்துலுக்கும்
சிறுத்தை நீ. !
❖

உன்னைத்
தாக்க வருபவனும்
உன் உரையைக்கேட்டால்
உன்னைக் காக்கும்
தொண்டனாவான்
அன்று முதல். !
❖

உன் எதிரிகூட
உன் மீசையை
அழகாகவே வரைகிறான்.
ஓவியத்தில். !
❖

நிலைமாறா கொள்கை
அறம்மாறா அரசியல்
தரம்மாறா பேச்சு
தடுமாறா நிதானம்
குணம்மாறா குன்றம்
நீ. !

❖

அரசியல்
அமிலமழையிலும்
சாயம் போகாதது
உன் நிறம் !
உன் தரம்
நிரந்தரமானது. !

❖

நீ
வெளிச்சம்
மட்டுமல்ல
உருமாற்றம் செய்யப்பட்ட
வெப்பம் !
நீ
கண்ணுக்குத் தெரியும்
வானம்தான்–ஆனால்
எவரும் உன்னைத்
தொடமுடியாது. !

❖

தமிழ்த்தேசிய
அரசியல் எழுச்சியை
இங்கு விதைத்தவன் நீ !
யார் யாரே?
அறுவடை செய்கிறார்கள் !
அரசியல் கணக்குகளை
நீ போடுகிறாய்
உன்னைப்பார்த்து
எழுதியவர்கள்
மதிப்பெண் பெறுகிறார்கள் !
❖

எல்லோரும்
மரம் வெட்டும்போது
நீ மட்டும்
பனைவிதை நடுகிறாய். !

❖

எல்லோரும்
ஊன்றுகோல்
செய்கிறார்கள்
நீ
சிறகுகள்
செய்துகொண்டிருக்கிறாய் !

❖

எல்லோரும்
தொண்டர்களைத் தேடுகிறார்கள்
நீ மட்டுந்தான்
தலைவர்களை உருவாக்குகிறேன்
என்கிறாய். !

❖

எப்போதும்
பேசத்தயாராய் இருக்கிறாய்
ஊமை மக்களுக்காக. !

ஜநா மன்றம்,
பாராளுமன்றம்,
சட்டமன்றம்,
மக்கள் மன்றம்
எங்கேயும் உன்குரல்
குரலற்ற மக்களுக்காக
ஓங்கி ஒலிக்கிறது. !
❖

நீதிக்காய்
வீதிகளில்
கைகட்டி நின்றவர்களை
நீதி சொல்லவைத்தது
நீ தானே !

மாவட்டத்திற்கும்
ஒன்றியத்திற்கும்
கொடி பிடித்தவர்களை
மாவட்டமாய்
ஒன்றியமாய் மாற்றிய
இரசவாதம் உன்னுடையது. !

கொடிகட்டிய வண்டிக்கு
கும்பிடு போட்டவர்களை
கொடிகட்டிய வண்டியில்
வலம்வர வைத்தது
நீ தானே !

வாசலில் நின்றவர்களை
நீ தானே
நாற்காலியில் உட்காரவைத்தாய் !
❖

உன் அருகில் வந்தால்
சிங்கம் கூட
சிறுத்தையாய் மாறி
உன் பேச்சைத்தான்
கேட்கும். !
உன் அருகில் இருந்தால்
வெள்ளை பாஸ்பரஸ்கூட
பற்றி எரியாது
உன் அன்பின் ஈரத்தால். !

நீயோ
கறுப்பு பாஸ்பரஸ்
எங்கு உரசினாலும்
தீ பிடிக்கும்.!

❖

உன் அரசியல்
இயற்பியல் மாற்றமல்ல
வேதியியல் மாற்றம் !

❖

உன் வருகைக்குப்பின்
குடிசைகள் எல்லாம்
மெல்ல மெல்ல
ஓடாய் மாடியாய்
மாறிவருகிறது சேரிகளில் !

குடிசைகொளுத்தியே
பழகியவர்கள்
குழம்பிக்கிடக்கிறார்கள்
அடுத்த தலைமுறைக்கு
குடிசைகள் இல்லையே
கொளுத்த என்று !

❖

நீ வெள்ளை இல்லை;
வெறும் ஏழுநிறங்களின்
கலவையா நீ ?
நீ கறுப்பு
தூயகறுப்பு
ஆயிரம் நிறங்கள்
உன்னுள் அடக்கம்!
❖

உன் அமைதி
ஆழ்கடலின்
அமைதி. !

உன் எழுச்சி
ஆழிப்பேரலையின்
எழுச்சி !

உன் உயரம்
மலைச்சிகரங்களின்
உயரம். !

உன் ஆழம்
மரியானாடிரெஞ்சின்
ஆழம். !

உன் அன்பு
அலைஆர்க்கும்
பெருங்கடல் !

உன் அறிவு
அளக்கமுடியா
வான்கடல். !

❖

இந்துத்துவத்தை
வேரறுக்கும்
கூர்வாள் நீ !
சனாதனத்திற்கு
சவுக்கடி கொடுக்கும்
பெரியகறுப்பு நீ !

❖

அடித்தவனையே
அழவைக்கிற
அறம்
உன்னுடையது.!

❖

அம்பு போல் பாய்ந்தாலும்
அன்பால் ஆனவை
உன் சொற்கள். !

❖

ஆதிக்க கோட்டைகளை
அடித்து நொறுக்கும்
இடியென இறங்குகிறாய் நீ !

❖

சொற்களால்
ஒருதலை முறையையே
சூடுபெறச் செய்த
சூரியன் நீ !

❖

போர்வாள்
செய்ய முடியாததை
உன் நாவால்
செய்து முடிக்கிறாய். !

❖

நாவறலும்
தாகத்தில்
தண்ணீராய் நீவந்தாய் !

பலைவன
பயணத்தில்
பனையாக நிழல்தந்தாய்.!

உயிர் திணறும்
நேரத்தில்
உயிர்க்காற்றாய் நீவந்தாய்.
❖

இதயத்துடிப்பை போல்
ஓய்வின்றி
உழைத்துக் கொண்டிருக்கிறாய்
சனநாயகம் சமத்துவம்
செழிப்பதற்காய். !
❖

உன் நண்பர்களை விட
உன் எதிரிகளே
உன்னை அதிகம்
அறிந்தவர்கள். !

தமிழினத்தின் எதிரி
அறிந்திருக்கிறான்
நீ யார்? என்று !
சாதிதேசியர்கள்
சத்தம் போடுகிறார்கள்
நீ துரோகி என்று. !
❖

உன் தோல்விக்காய்
நோன்பிருக்கிறது
இந்தியம். !
❖

சேரிக்குடிசைகளில்
அன்று
படர்ந்திருக்கும்
பரங்கிக்கொடி
இன்று பறக்கிறது
சிறுத்தைக்கொடி. !

❖

முன்பெல்லாம்
நாயே என்று விளித்தவன்
சிறுத்தை என்கிறான் இன்று
உன்னால் தான். !

❖

முன்பெல்லாம்
சாதி அறிவதற்கு
சுற்றிவளைத்து கேட்பார்கள்
இப்போது
உடனே அறிந்துவிடுகிறார்கள்
எங்கள் பெயர்
தமிழில் இருப்பதால்.!
நல்லதமிழில் பேசினால்
தமிழாசிரியரா ?
என்பார்கள் அன்று
இப்போது
சிறுத்தையா? என்கிறார்கள். !
❖

நீ சிகரத்தில் நிற்கிறாய்
பள்ளத்தாக்கில் இருந்து
கல்லெறிகிறார்கள் !
உன் பாதங்களைக் கூட
தொடுவதில்லை
அந்த பாதகக்கல். !
❖

அவர்கள் கைகளில்
அழிவாயுதங்கள் !
உன் கைகளில்
அறிவாயுதங்கள்.!
❖

அவர்கள்
கற்களைத் தருகிறார்கள்
தாக்க.!
நீ
கட்டுரைகளைத் தருகிறாய்
கற்க.!
நீ
நன்றாக உடுத்த
கற்றுத்தருகிறாய்
அவர்கள்
குடிசையை கொளுத்த
கற்றுத் தருகிறார்கள் !
நீ
கூர்தீட்டுகிறாய்
அறிவை !
அவர்களும்
தீட்டுகிறார்கள்
ஆயுதங்களை !
❖

வள்ளுவம் உனது
வாழ்வியல்
அரசியல். !
❖

உன் முழக்கங்கள்
சொல்லில் அடித்த
கல்வெட்டுக்கள். !
உன் உரைகள்
வரலாற்றின்
உரைக்கல் !
வரலாற்றின் பிழைகளை
மாற்றி எழுதிக்கொண்டிருக்கின்றன
உன் விரல்கள்.
❖

உன்
நாடி நரம்புகளில்
நிரம்பி வழிகிறது
அறம்!
❖

திருவாசகம்
எங்களை
இணைக்கவில்லை
திருமா வாசகம்தான்
இணைக்கிறது. !

❖

அரிச்சுவடிகள்
அரியணையில்
பேராசிரியன்
போராட்டக் களத்தில். !

❖

அதிகாரத்தில்
பங்கென்றாய்
உன்னை ஒதுக்கினார்கள்
அதிகாரத்தில் இருந்து
ஒதுக்கப்பட்டார்கள்
அவர்களும்.
ஐந்தாண்டு
அழித்துவருகிறது
ஐம்பதாண்டு வெற்றிகளை.!
நீ கவசம் என்று
நினைத்தவர்கள்
இப்போதுதான் அறிகிறார்கள்
நீ தான்
கிரீடம் என்று.!
❖

நீ பேசுகிறாய்
நாங்கள்
பேசுகிறோம். !

நீ நிற்கிறாய்
நாங்கள்
எழுகிறோம் !

நீ நடக்கிறாய்
நாங்கள்
தொடர்கிறோம் !

நீ
சொல்கிறாய்
முன்னேறுங்கள் என்று.!

நீ
எங்கள்
முன் ஏர்.!

நீ
எங்கள்
விதைநெல்.!

❖

ஒரு மா
நிலமில்லை
கவலையே இல்லை
திருமா இருக்கிறார்
எங்களுக்கு.!

❖

நீ அன்போடுதான்
அணைக்கிறாய்
அவர்கள் தான்
அழுக்கை உன்மீது
அப்பிவிட்டுப் போகிறார்கள்
எல்லா பக்கமும்
வெள்ளையாய் கொண்ட
கறுப்புமனிதன் நீ !

❖

உன் சொற்கள்
துடைக்கிறது
எம் சோகத்தை. !

உன் முழக்கம்
உடைக்கிறது
எம்கை விலங்கை !

உன் அரசியல்
படைக்கிறது
எம் இருப்பை. !

உன் மொழி
அழிக்கிறது
பகையுணர்வை !

உன் வாய்மை
அழிக்கிறது
தீண்டாமையை. !

உன் நேர்மை
சுடுகிறது
எதிரிகளை. !

உன் செயல்கள்
அழுக்காறு களைகிறது
எதிரிகளுக்கும். !

உன் எழுத்து
அறம்செய்கிறது
பகைவர்க்கும். !

உன் கருத்து
வெடிவைக்கிறது
எதிர் கருத்துக்கு. !

உன் ஆளுமை
நொறுக்குகிறது
நூற்றாண்டுகளின் சித்திரத்தை.!
உன் உழைப்பு
வரைந்து கொண்டிருக்கிறது
எம் வரலாற்றை. !
உன் ஒவ்வொரு அசைவிலும்
இருக்கிறது
இனத்தின் விடியல்.!
❖

நீ பாடம் நடத்துகிறாய்
உன் எதிரிகளும்
படிக்கிறார்கள்
அரசியல் பாடம் !
❖

அரிமாவின்
அடி
திருமாவின் அரசியல். !
❖

உன்னை
அவமதித்தவர்கள்– இன்று
அவமானப்படுகிறார்கள். !

இன்று உன்னிடம்
மனுக்கொடுக்கிறார்கள்
அன்று உன்
மக்கள் வாயில்
மலம் திணித்தவர்கள். !

❖

உன் படமே
எங்கள் முகவரியாய்
பல இடங்களில் !

❖

கற்றோர் மனமெல்லாம்
கல்வியென
நிறைந்திருக்கிறாய்
நீ. !

❖

இன்று உன்
அரசியல் மறைநூலாம்
“அமைப்பாய் திரள்வோம்”
மறைவாய் படிக்கிறார்கள்
அனைவரும்.!

❖

மருத்துவர்கள்
நோயாளியாய் இருப்பதால்
நீ தான்அவர்களுக்கும்
மருந்துதருகிறாய்
அறம் என்னும்
தொன்மமூலிகை பிழிந்து !
❖

பெருக்கெடுத்து ஓடும்
பேராற்றைப்போல்
முன்னேறுகிறாய்
உயிர்கள் துளிர்க்கவும்
பயிர்கள் செழிக்கவும்.!
❖

காற்றில் இருந்து
ஈரம் பருகும்
“வாண்டா”
தாவரம் போல்
இச்சாதி குமுகத்தில்
உன் வெற்றிகள்.!
❖

புத்தனைப் போல்
ஏசுவைப் போல்
எப்போதும் ஐம்பதுபேர்
உன்னுடனே இருக்கிறார்கள். !

❖

அம்பேத்கர்
பாராளுமன்றத்தில்
தமிழில் பேசுகிறார்
திருமா உருவில். !

❖

மீசையைவைத்துக்கொண்டு
கொலை செய்தவனை எல்லாம்
உன் மீசைதான்
குலைநடுங்கவைத்தது !

எல்லோரும் சொன்னார்கள்
மீசை என்று
இப்போதுதான் தெரிகிறது
அது எங்கள்
திசைகாட்டி என்று. !

❖

உன் அன்பு
அணைத்துக்கொள்கிறது
அனைவரையும் !

நீ உயர்ந்து நிற்கிறாய்
அடிதடியால் அல்ல
அறிவால். !

காரிருளில்
மின்னல்களுக்கு இடையில்
கதிரவனாய் எழுந்தாய் நீ !

எத்தனை பேர்
சேர்ந்து சாய்த்தாலும்
நிமிர்ந்தே நிற்கிறாய்
ஒளிச்சுடர்போல். !

நீ வல்லினம்
என்றது
இடையினம்
நீ தானே தமிழினம்.

தமிழ்நாட்டின்
புதிய அரசியல்
முன் ஏர் நீ !
❖

சாதிஒழிப்பு !
தமிழ்த்தேசியம் !
தமிழ்ப்பெயர் ஏற்பு !
பனைவிதை நடுதல்!
அதிகாரத்தில் பங்கு !
தமிழீழ ஆதரவு !
நட்புமுரண்
பகைமுரண் அறிதல்
பெண்கள் விடுதலை
இனத்தின் எதிரியை
எப்போதும் எதிர்த்தல் !
இதுவே உன்பாதை.

அம்பேத்கர்
பெரியார்
மார்க்ஸ்
பிரபாகரன்
உன் வழிகாட்டிகள் !

❖

ஆயிரம் ஆண்டுகளாய்
அடைக்கப்பட்ட
வெடிமருந்தில்
வந்து விழுந்த
தீப்பொறி தான்
திருமாவளவன் !

சமத்துவ
பயிர் வளர்க்கும்
செந்தமிழ் உழவன்
திருமாவளவன். !
❖

சித்தார்த்தன்கூட
மணவாழ்வில் இருந்துதான்
துறந்தான்
நீயோ
மணக்காமலே துறந்த
புதிய சித்தார்த்தன் !
ஆம்
புத்துலகப் புத்தன் !
❖

ஊருக்கு வெளியே
சேரிகள்
ஊடகங்களுக்கு வெளியே
சிறுத்தைகள்
வெளிச்சமாய் எழுகிறாய் !
விடுதலை வெளிச்சத்தில்
விழிதிறந்து படிக்கிறது
தமிழ்மண்
உன்னை.!

❖

www.ingramcontent.com/pod-product-compliance
Lightning Source LLC
LaVergne TN
LVHW040824051026
849519LV00007BA/2730